MAAVILAI

செங்கல்

SENGAL

Author: Laurie Baker
Translation: Aravind Manoharan
Proofreading: S. Manivannan & Arivukkarasi Manivannan
Book design, cover design & curation: Kaushik Shrinivas

Published by **MAAVILAI™**

9/24, Vegavathi Street, Rajaji Nagar, Villivakkam, Chennai - 600049
+91-9150858008 l anjal@maavilai.com l www.maavilai.com

Translation and cover design © 2022 MAAVILAI
Original English version published by COSTFORD, Thrissur, Kerala.

First edition • Published on March 2022

ISBN: 978-81-955431-2-0
Price: INR 75.00/-

Printed by **Balaji Offset Printers**, Chennai - 600106 l +91-9444242899

அன்புக்குரிய மாவிலைக் குழுவிற்கு,

லாரி பேக்கரும் அவரின் கட்டடக்கலையும் கடைக்கோடி குடிமக்களை சென்று அடைந்து, இந்தியாவில் கட்டடக்கலை எனும் துறைக்கு வேறொரு முகம் கொடுத்தன. வளங்குன்றா கட்டடங்களின் (sustainable building) தேவை, வடிவமைப்பு மற்றும் கட்டுமானம் பற்றி லாரி பேக்கர் தன் கைப்பட எழுதிய, அழகான வரிவடங்கள் கொண்ட நூல்களின் தொகுப்பானது, நம் சமூகத்திற்கு அவர் செய்த பல ஈடு இணையற்ற பங்களிப்புகளில் ஒன்றாகும். மனித குலத்தால் விளைவாகும் காலநிலை மாற்றமும், மோசமான வானிலை நிகழ்வுகளும் உலா வரும் இன்றைய சூழலில், இந்நூல்களில் சொல்லப்பட்டுள்ள சூழல்நலக் கட்டுமான உத்திகளே காலத்தின் தேவையாக உள்ளன.

தமிழகத்திற்கு இத்தகைய மாபெரும் அறிவு களஞ்சிய நூல் தொகுப்பினை, தமிழில் கொண்டு சேர்க்கும் முயற்சியில் ஈடுபட்டுள்ள மாவிலைக் குழுவினருக்கு எங்களது மனமார்ந்த பாராட்டுகள். லாரி பேக்கர் கொள்கைகளின் பின்பற்றாளர்கள் ஆன நாங்கள், தமிழாக்கம் செய்த இந்த நூல்கள் மூலம், அவரின் கட்டுமான அறிவும், அணுகுமுறைகளும் பலருக்கும் எளிதாக சென்றடையும் என நம்புகிறோம். அத்துடன் மக்கள்—அன்பும், ஒற்றுமையும் கலந்த ஒரு புதிய கண்ணோட்டத்துடன் கட்டடங்களைப் பார்க்கத் துவங்குவதற்கும் இந்நூல்கள் விதையாக இருக்கும் என நாங்கள் நம்புகிறோம். மாவிலைக் குழுவிற்கு எங்களது இதயம் கனிந்த நன்றிகளையும் பாராட்டுகளையும் தெரிவித்துக் கொள்கிறோம். வளங்குன்றாமையை நடைமுறை ஆக்கும் உங்களின் எண்ணற்ற புதிய முயற்சிகளை ஆதரிக்க ஆவலாய் காத்து இருக்கிறோம்.

இங்ஙனம் வாழ்த்தும்,
P.B. சாஜன் மற்றும் R.D. பத்மகுமார்
COSTFORD and Laurie Baker Centre for Habitat Studies

நவம்பர், 2021
திருவனந்தபுரம்

முன்னுரை

சுட்ட செங்கல் மனிதனின் சிறந்த கண்டுபிடிப்புகளில் ஒன்றாகும். ஐந்தாயிரம் ஆண்டுகளுக்கு முன்பு, செங்கற்கள் பல வடிவங்களிலும், அளவிலும் பயன்படுத்தப் பட்டன. ஆனால் தற்போது, உலகம் முழுவதும் கிட்டத்தட்ட எல்லா செங்கற்களும், ஏறக்குறைய ஒரே வடிவம் மற்றும் அளவில் தான் உருவாக்கப்படுகின்றன. அதாவது சுமார் 9" x 4.5" x 3" (அங்குலம்/inch). இந்த அளவு தற்செயல் நிகழ்வு அல்ல. இது ஐந்தாயிரம் ஆண்டுகளின் பரிணாம வளர்ச்சி மற்றும் ஆராய்ச்சியின் விளைவாகும்.

பொதுவாக செங்கற்கள் மண்ணைக் கொண்டு மட்டுமே உருவாக்கப் படுகின்றன. மண்ணை சிந்தாமல் நம் இரண்டு கைகளாலும் எடுத்து, அதை அச்சில் நிரப்பியே, செங்கற்கள் தயாரிக்கப் படுகின்றன. நாம் குறைந்த அளவிலான மண்ணை எடுத்து அச்சில் நிரப்பினோமானால், சிறிய செங்கலாகதான் கிடைக்கும். பின்பு, சுவர் மிகவும் மெல்லியதாக ஆகிவிடும். மேலும் நாம் அதிக சாந்தை (கலவை/ mortar) பயன்படுத்த வேண்டியிருக்கும். ஒருவேளை இதனால்தான் 20

x 10 x 5 செ.மீ. (சென்டிமீட்டர்/cm) அளவுடைய 'மெட்ரிக் செங்கல்' ஏற்றுக்கொள்ளப்படாமல் இருக்கலாம். நாம் ஒரு பெரிய செங்கலை உருவாக்க, ஒன்றுக்கும் மேற்பட்ட கைப்பிடி அளவு மண்ணைப் பயன்படுத்தினால், போதுமான மண்ணை எடுக்க, நாம் இரண்டு முறை கீழே குனிய வேண்டும். இந்த பெரிய செங்கல் சுடப்படும்போது, வளையவும் விரிசல் ஏற்படவும் வாய்ப்புள்ளது. இதை ஒரு கையால் எடுக்க மிகவும் கனமாகவும் பெரியதாகவும் இருப்பதால், செங்கலைக் கையாள இரு கைகளையும் பயன்படுத்த வேண்டும். அதனால் காரைக்கரண்டி போன்றவற்றை கீழே வைக்க நேரிடும். ஆனால் 9" x 4.5" x 3" அளவுடையை சரி திட்டமான செங்கல் இந்த பிரச்சனைகள் அனைத்தையும் தவிர்க்கிறது. ஒரே கையில் பிடிப்பதற்கு ஏதுவான அளவைக் கொண்டுள்ளது. இந்த செங்கலை ஒருவர் தூக்கி எறியும்போது, இன்னொருவர் ஒரு கையில் பிடிக்க இயலும். நீங்கள் இந்த செங்கலை வைத்து கட்டும்போது உங்கள் காரைக்கரண்டியை ஒரு கையில் வைத்துக் கொண்டு சீராக கட்ட இயலும். மேலும் இதை சுடும்போது வளைவு மற்றும் விரிசல் ஏற்படாமல் இருக்கும்.

சுட்ட செங்கல் வழக்கமாக ஆரஞ்சு, இளஞ்சிவப்பு, பழுப்பு மற்றும் நீலப் பழுப்பு போன்ற வண்ணங்களுடன் காணப்படுகிறது. ஒரு சுவராக கட்டப்படும்போது, அதன் எளிய இயல்பான வண்ணவடிவங்களை பார்ப்பது சுவாரஸ்யத்துடன் மகிழ்ச்சியையும் அளிக்கிறது. மக்கள் அனைவரும் எப்படி ஒரே மாதிரியான தோற்றத்தில் இருப்பதில்லையோ, அதே போல ஒவ்வொரு செங்கலும், மிகவும் எளிமையான வடிவத்தில் இருந்தாலும், தனித்துவத்துடன் உள்ளது. சீரான தன்மையை விரும்பும் சிலர் எப்போதும் இருக்கிறார்கள். எனவே அவர்கள் இருமடங்கு செலவில், ஒரே மாதிரி தோற்றத்தில் இருக்கும் கம்பி வெட்டு செங்கற்களை (wire cut brick) பயன்படுத்துகிறார்கள். அய்யோ! கடவுள் நம் அனைவரையும் இதே போல ஒரே மாதிரியாக படைத்திருந்தால்? நல்ல வேளை, நம்மில் பெரும்பாலோருக்கு இந்த உயிரற்ற செங்கற்களை வாங்க வசதி இல்லை. செங்கல் சுவரின் அழகு, செங்கற்களின் சீரற்ற அதன் இயல்பான தோற்றத்தில்தான் உள்ளது.

இந்த சிறிய புத்தகமானது எளிய கண்டுபிடிப்பான சுட்ட செங்கலை பயன்படுத்துவதற்கான சிறந்த வழிகளைப் பற்றி விளக்குகிறது. நாம் விரும்பும் வழியில் பொருட்களைப் பயன்படுத்தி கட்டடம் அமைக்க நமக்கு முழு சுதந்திரம் இருக்கிறது. ஆனால் இந்த புத்தகம் செங்கல் மூலம் திறம்பட, தற்சார்பாக, ஏற்றுக்கொள்ளத்தக்க வகையில், வலுவாக, முடிந்தவரை குறைந்த செலவில் கட்ட விரும்புவோருக்கானது. செங்கற்களைப் பயன்படுத்துவதற்கான சிறந்த வழிகள் (தற்போதைய சூழலில், செலவு குறைந்த முறைகள்) மற்றும் மோசமான வழிகள் இரண்டுமே உள்ளன. அப்படிப்பட்ட மோசமான வழிகளினால், செங்கற்களின் தனித்துவங்கள் வெளிப்படாமல் மறைந்து போகின்றன.

செங்கற்களைக் கொண்டு வேலை செய்வதும், கட்டுவதும் ஒரு சுவாரஸ்யமான செயல் மட்டுமல்ல, இது மிகவும் மனநிறைவான செயலும் கூட. ஒரு எளிய சுவர் கூட சீராக அடுக்கப்பட்ட செங்கலின் மூலம், அதன் இயல்பான வண்ணத்தினால் அழகாக தெரிகிறது. சில நிமிடங்களில் நமது உழைப்பின் பலனை நாம் கண்கூடக் காணலாம். நாம் சற்று தள்ளி நின்று பார்த்து நமது கட்டுமானத் திறனை இரசிக்கலாம். இதனை ஒரு பொழுதுபோக்காக வைத்திருக்கும் நன்கு அறியப்பட்ட நபர்கள் பலர் உள்ளனர். அவர்களில் ஒருவரான வின்ஸ்டன் சர்ச்சில், செங்கல் சுவர்கள் கட்டுவதை மன அழுத்தத்தை தளர்த்தும் இன்பமான ஒரு செயலாக மேற்கொண்டு வந்தார்.

சுட்ட செங்கல் பற்றி நான் இறுதியாக கூற விரும்புவது என்னவென்றால், இது விலை குறைந்த மண்ணால் உருவாக்கப்படுகிறது. ஆனால் இதை வலுவானதாகவும், நீடித்த திறன் கொண்டதாகவும், வண்ணமயமாகவும் மாற்ற, மண்ணை அச்சில் நிரப்பி, சூளையில் நெருப்பில் சுட வேண்டி உள்ளது. இப்படி சுட்டு தயாரிக்கும் முறை விலை உயர்ந்தது. நாட்டின் பல பகுதிகளிலும் இந்த செங்கற்களை சூளையில் இட்டு சுடுவதற்கு மரக்கட்டைகள் பயன்படுத்தப் படுகின்றன. மரத்தின் விலை உயர்வினால் செங்கல் உற்பத்தியாளர்கள், குறைவான மரத்தினை எரிபொருளாகப் பயன்படுத்தி அதிக லாபம் ஈட்ட ஆசைப்படுகிறார்கள். இதனால்

சரியாக சுடப்படாத தரங்குறைவான செங்கலை உற்பத்தி செய்கிறார்கள். மேலும் நாம், நம் காடுகளை கொள்ளையடிப்பதால் பல கேடுகளுக்கும் துன்பங்களுக்கும் ஆளாகிறோம். அதனால் நாம் இதுவரை பயன்படுத்தியதைப் போல தாராளமாக செங்கற்களைப் பயன்படுத்தி வீணாக்கக் கூடாது. அதற்காக செங்கலையே பயன்படுத்தக்கூடாது என அர்த்தம் இல்லை. வருத்தம் தரும் வகையில், அனைவரும் அதிக உற்பத்தி ஆற்றல் தேவைப்படுகின்ற கற்காரை (concrete) மற்றும் சிமிட்டி (cement) கல் போன்ற பொருட்களுக்கு மாறுகிறோம். இதற்கு மாற்றாக நாம் கல், மண் போன்ற உற்பத்தி ஆற்றல் இல்லாத பொருட்களைத் தேடிப் பயன்படுத்த வேண்டும். மற்றொரு புத்தகத்தில் மண் சார்ந்த கட்டுமானம் பற்றிய முழு விளக்கமும் தரப்பட்டுள்ளது. ஆனால் இந்த புத்தகத்தின் பெரும்பாலான உள்ளடக்கங்கள் சுட்ட செங்கற்களின் பயன்பாடுகளுக்கு மட்டுமல்லாமல், மண்ணால் ஆன பசுமக்கற்களுக்கும் (adobe) பொருந்தும்.

ஐம்பது ஆண்டுகளுக்கு மேல், நான் செங்கற்களுடன் செயலாற்றியதற்கு மிகுந்த மகிழ்ச்சியடைந்தேன். இந்த புத்தகம் சில எளிய முறையில் கட்டுமானத்தில் செய்ய வேண்டியவை மற்றும் செய்யக்கூடாதவை பற்றி எடுத்துரைக்கிறது. வாழ்க்கையின் மிகச் சிறந்த விஷயங்களைப் போலவே, நாம் ஒன்றில் முழுமையாக இறங்கி செயல்படும்போது உண்மையான இன்பத்தையும் மனநிறைவையும் பெற முடியும்.

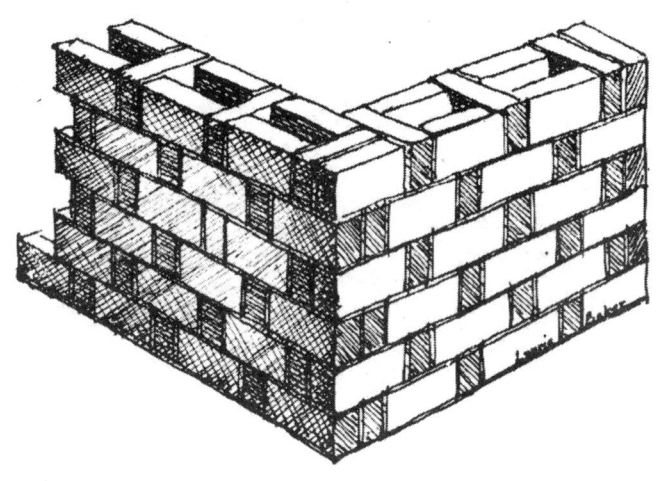

எலிப் பொறிக் கட்டு

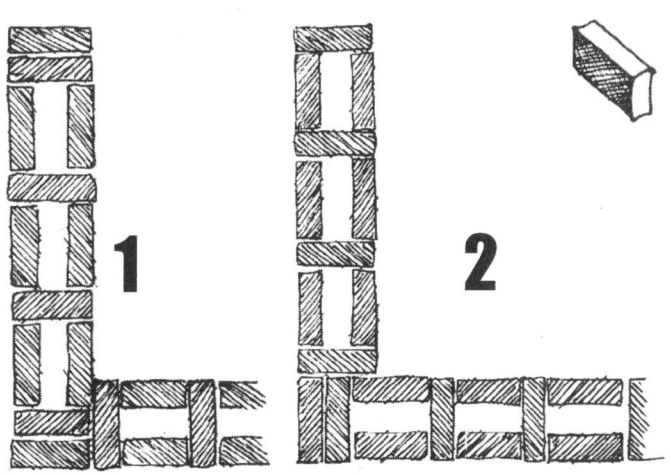

RAT-TRAP BOND

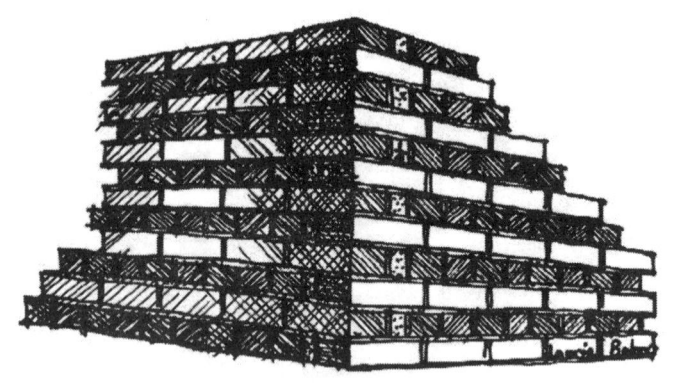

ஆங்கிலக் கட்டு

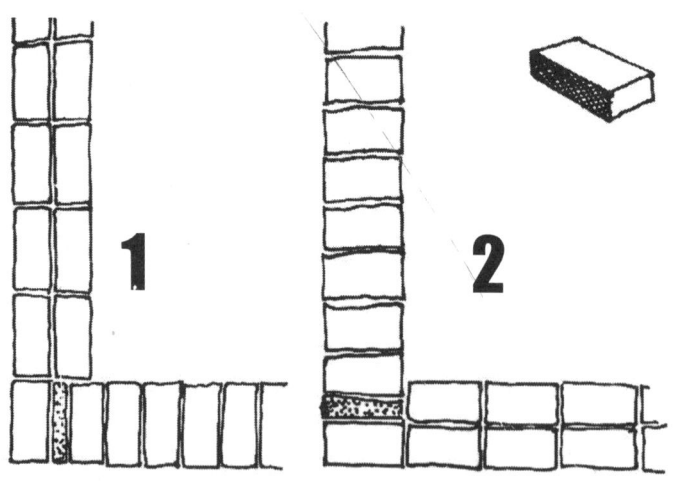

ENGLISH BOND

ஃபிளெமிஷ் கட்டு

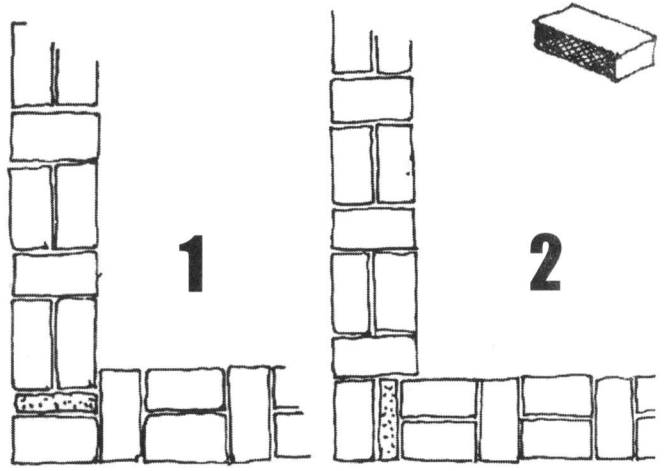

FLEMISH BOND

செங்கலின் பாகங்களும் நிலைகளும்

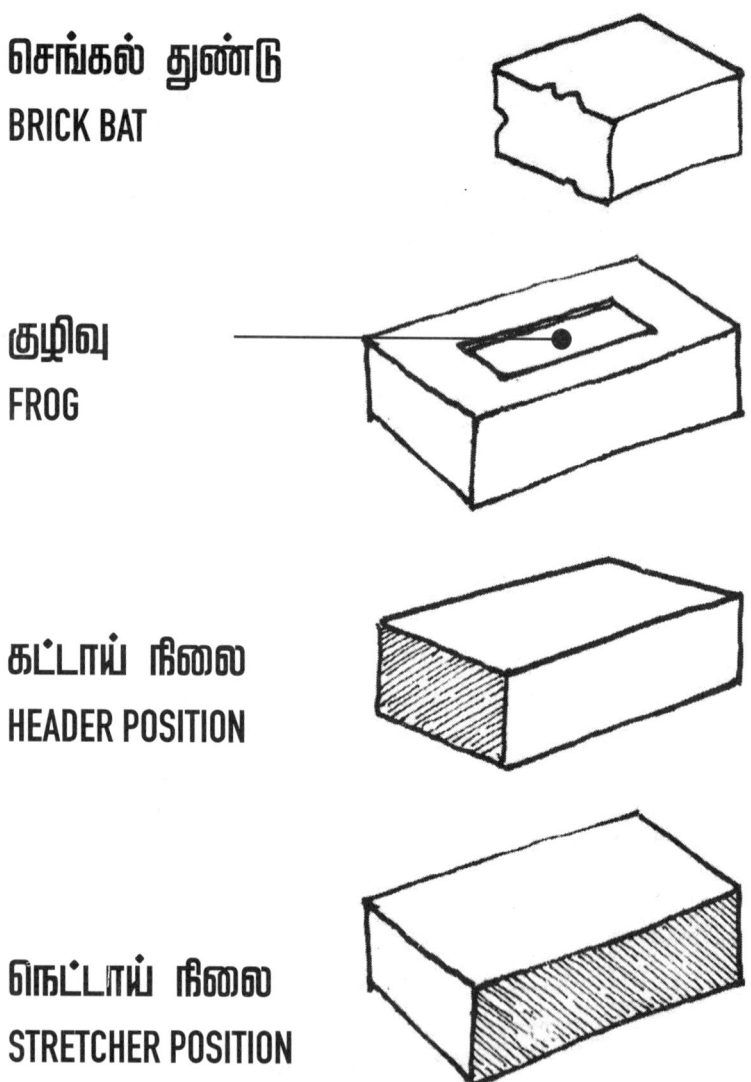

செங்கல் துண்டு
BRICK BAT

குழிவு
FROG

கட்டாய் நிலை
HEADER POSITION

நெட்டாய் நிலை
STRETCHER POSITION

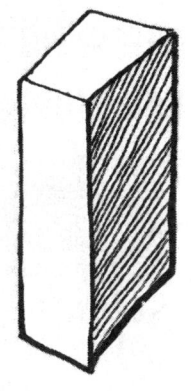

மாலுமி நிலை
SAILOR POSITION

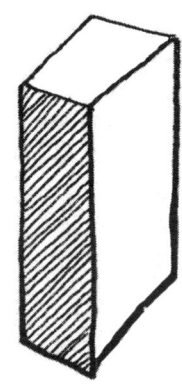

சிப்பாய் நிலை
SOLDIER POSITION

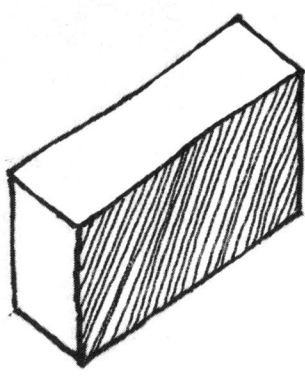

கண்ணாடி நிலை
SHINER POSITION

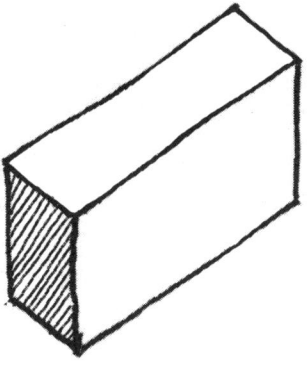

ஆணி நிலை
ROWLOCK POSITION

(The contents on this page are not present in the original book)

சாந்துகள் (கலவை/MORTAR)

தண்ணீரை சேர்ப்பதற்கு முன்பு சாந்துப் பொருட்களை நன்றாகக் கலந்து உலர் சாந்தை உருவாக்க வேண்டும். வெள்ளை அல்லது சாம்பல் நிறங்களின் கோடுகள் தெரியாத வரை பொருட்களை கலக்க வேண்டும். பின்னர் தண்ணீரை சேர்க்க வேண்டும்.

1 சிமிட்டி மற்றும் மணல்
சிமிட்டி 1 பங்கு: மணல் 8 பங்கு

இது விரைவாக இறுகும் தன்மைக் கொண்டது. வேறு எதுவும் கிடைக்கவில்லை என்றால் மட்டுமே சிமிட்டி சாந்தை பயன்படுத்தவும்.

2 சுண்ணாம்பு மற்றும் மணல்
சுண்ணாம்பு 1 பங்கு: மணல் 3 பங்கு

இது மெதுவாக இறுகும் தன்மைக் கொண்டது, ஆனால் வலுவானது. இதை அனைத்து வகையான செங்கல் கட்டு வேலைகளுக்கும் பயன்படுத்தலாம்.

3 சுண்ணாம்பு, சிமிட்டி, மற்றும் மணல்
சிமிட்டி 1 பங்கு : சுண்ணாம்பு 4 பங்கு : மணல் 14 பங்கு

இது சிமிட்டி சாந்தை போலவே விரைவாக இறுகும் தன்மைக் கொண்டது. சுண்ணாம்பு சாந்தை விட விரைவாக இறுக வேண்டுமென்றால் இதைப் பயன்படுத்தலாம்.

4 சுண்ணாம்பு, செங்கல் பொடி மற்றும் மணல்

சுண்ணாம்பு 1 பங்கு : செங்கல் பொடி 2 பங்கு : மணல் 6 பங்கு

இது சுண்ணாம்பை விட விரைவாக இறுகும் தன்மை கொண்டது. இது தூய சுண்ணாம்பு கலவையை விட சற்று வலிமையானது மற்றும் விரைவாக இறுகக் கூடியது.

5 சுண்ணாம்பு, செங்கல் பொடி, சிமிட்டி மற்றும் மணல்

சிமிட்டி 1 பங்கு : சுண்ணம்பு 2 பங்கு : செங்கல் பொடி 4 பங்கு : மணல் 20 பங்கு

இது சிமிட்டி சாந்தைப் போலவே விரைவாக இறுகும் தன்மை கொண்டது. இது சிமிட்டி சாந்தை தவிர, மேலே உள்ள எல்லாவற்றையும் விட விரைவாக இறுகும் தன்மை கொண்டது.

6 மண் மற்றும் தண்ணீர்

செங்கல் தயாரிக்க பயன்படுத்தும் மண்ணை, தண்ணீருடன் கலந்து மண் சாந்தை மாற்றி பயன்படுத்தலாம். இதனை நேரடியாக மழை , வெயில் அதிகம் படாத அனைத்து வகை 9 அங்குல சுவர்களுக்கும் பயன்படுத்தலாம்.

கல்லை உடைத்து சொருகாதீர்

இடைவெளியை சரி செய்யவும் →

முதல் வரியை சரியாக செய்வது அவசியம்.

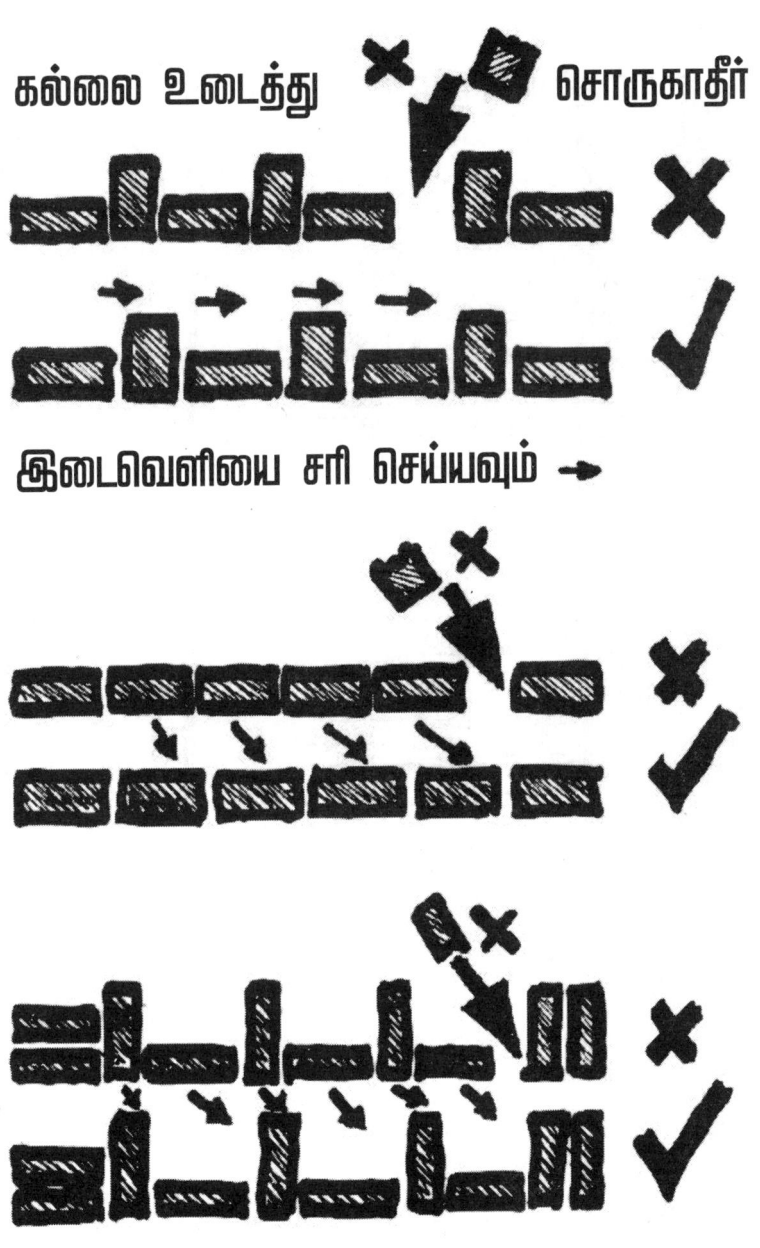

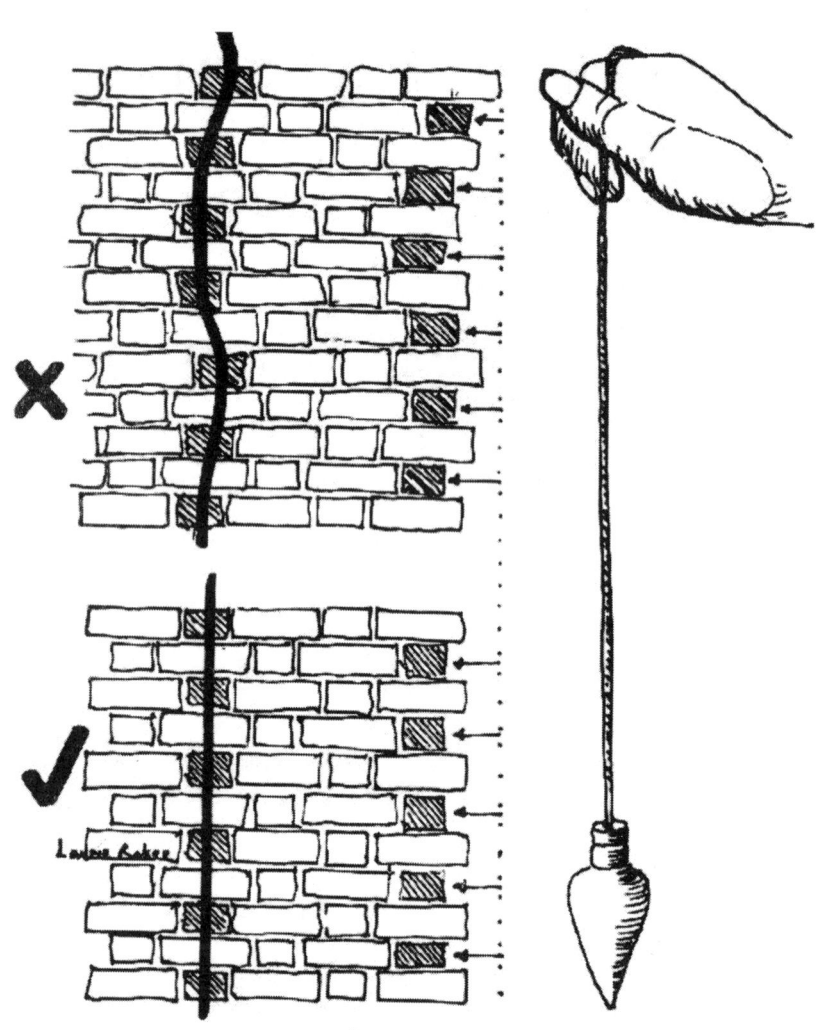

செங்கல் சுவர்
நேராகவும் செங்குத்தாகவும்
இருக்க வேண்டும்.

சேதமடைந்த செங்கற்களை
பூசப்படும் சுவர்களின் உட்பகுதியில் பயன்படுத்தலாம்.

சுவர் செங்குத்தாக இருப்பதை சரிபார்க்க **தூக்கு குண்டை** (plumb bob/குண்டு நூல்) சுவரின் முனைகளில் பயன்படுத்த வேண்டும். பின்னர் இரு முனைகளிலும் ஒரு நூலைக் கட்டி இடையில் வரும் செங்கற்கள் அனைத்தும் நேராகவும் மட்டமாகவும் இருப்பதை உறுதி செய்ய வேண்டும். தூக்கு குண்டை எப்போதும் அடிமட்டத்தில் உள்ள முதல் செங்கல் வரி வரை தூக்கு விட வேண்டும்.

சாதாரண சிறிய வீடுகளுக்கு:

4.5" செங்கல் சுவர்களை குறுகிய நீளம் உடைய சுவர்களுக்கு பயன்படுத்தலாம்.

9" செங்கல் சுவர்களை கிட்டத்தட்ட எல்லா சுவர்களுக்கும் பயன்படுத்தலாம்.

13.5" செங்கல் சுவர்கள் மிகவும் அரிதாகவே தேவைப்படுகின்றன.

துண்டு செங்கல் தேவைப்பட்டால் அதற்கு முழு கற்களை வெட்டி, நேரம், பணம், மற்றும் ஆற்றல் மொத்தத்தையும் வீணாக்க வேண்டாம்.

கீழே குனிந்து
உடைந்த துண்டு செங்கலை எடுத்து பயன்படுத்துவோம்.

செங்கல் வரிசையின் மீது சாந்தைப் பரப்பி, பின்னர் செங்கற்களை கவனமாக, சாந்தின் மீது வைக்கவும்.

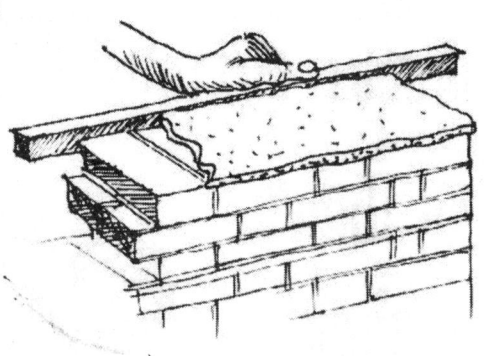

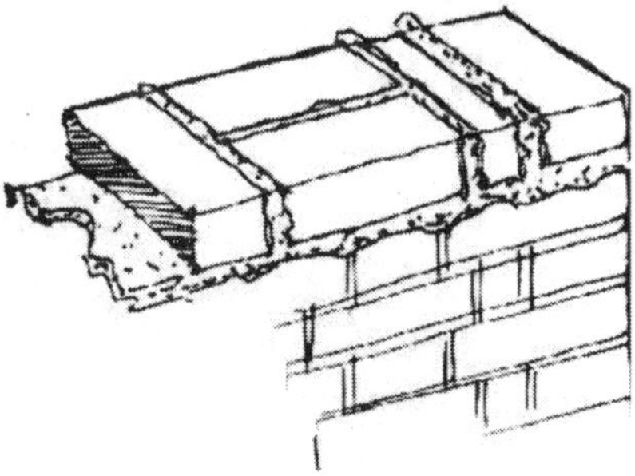

சுவரின் பக்கவாட்டில் உதிரும் சாந்தை, சீர் செய்து சுவரோடு அழுத்தி, மட்டமாக்க வேண்டும்.

சாந்துக்கு தனியாக கீறிப்பூச்சு (pointing) தேவைப்படாது.

எலிப் பொறிக் கட்டுக்கு சாந்து இடுதல்

சாந்தை (mortar) செங்கற்களின் மீது கவனமாக பரப்பாவிட்டால், அதில் உள்ள துளைகளில் விழுந்து வீணாகிவிடும். செங்கற்களின் மீது சாந்தை பரப்பும் பொழுது, துளைகளை மறைக்க சுவரின் நடுவில் 3' (அடி) x 3" x 0.75" (அங்குலம்) மரச் சட்டத்தைப் பயன்படுத்துவதன் மூலம் சாந்து வீணாகுவதை தவிர்க்கலாம்.

சுவரையும் செங்கற்களையும் முழுமையாக தண்ணீரில் நனைத்தப் பின்னரே கட்டத் துவங்க வேண்டும்.

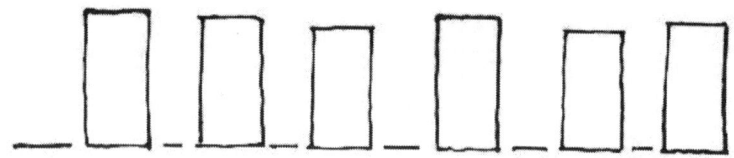

செங்கற்களின் நீளம் சிறிது வேறுபட்டு இருக்கும் என்பதால் சுவரின் ஒரு புறத்தை மட்டுமே சீராக கட்ட இயலும்.

மறுபுறத்தையும் நேர்த்தியாக பெற, அந்தப் பக்கத்தில் உள்ள நெட்டாய்களையும் (stretcher) முன்னோக்கி நகர்த்தி ஒரே வரிசையில் கொண்டு வர வேண்டும்.

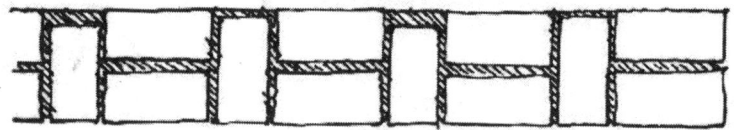

பின்னர் பள்ளமான கட்டாய் (header) கற்கள் மீது சாந்தைக் கொண்டு நிரப்பவும். இச்செயல் கட்டுமானத்திற்கு அழகிய தோற்றத்தை அளிக்கும்.

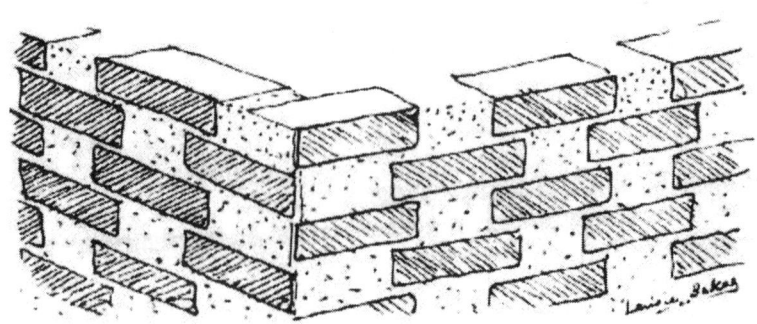

செங்கல் ஜாலி (BRICK JALI)

செங்கல் சுவரில், தொடர் இடைவெளியில் துளைகள் விட்டுக் கட்டினால், காற்று மற்றும் ஒளி அதன் வழியே கட்டடத்தின் உள்ளே வரும். மர சாளரத்திற்கு மாற்றாக ஜாலியை பயன்படுத்தலாம். இது பார்ப்பதற்கு தனித்துவமாகவும் அழகாகவும் இருக்கும்.

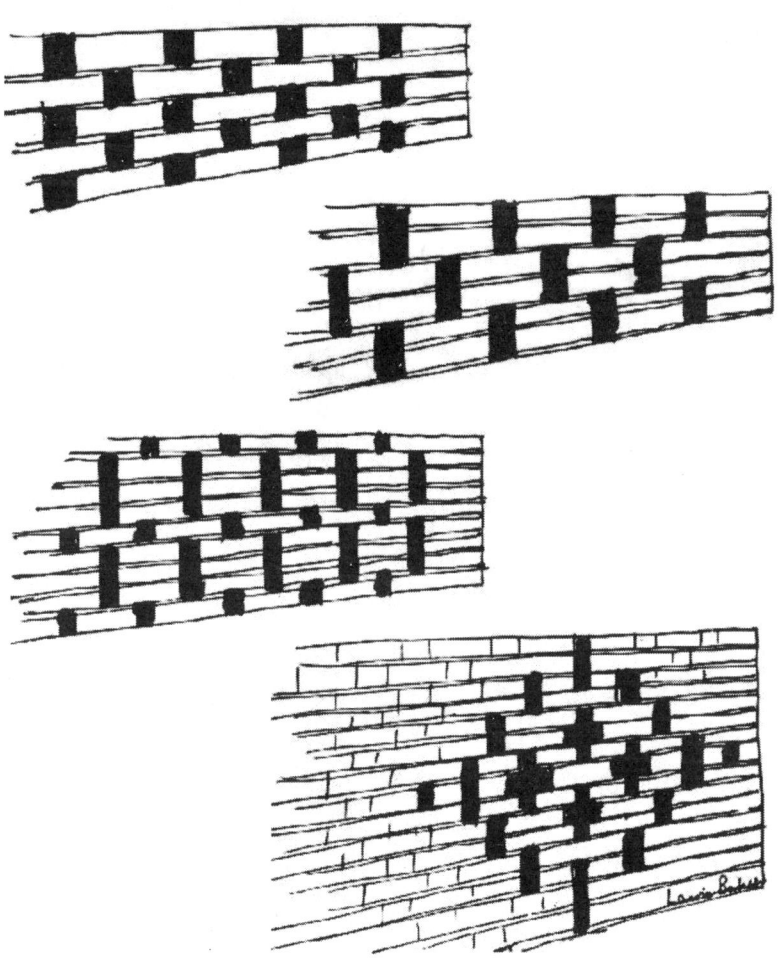

கவான்கள் (ARCHES)

தட்டைக் கவானாக இருக்கலாம்.

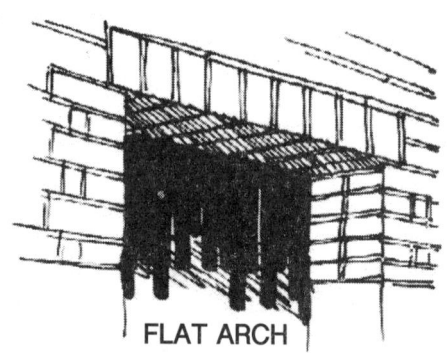
FLAT ARCH

பிறைவட்டக் கவானாக இருக்கலாம்.

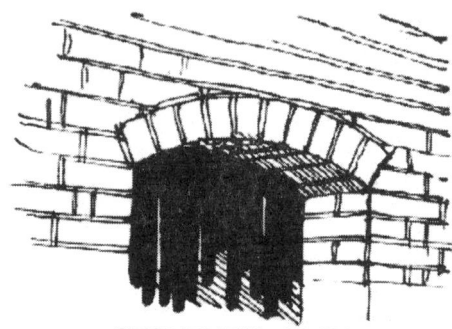
SEGMENTAL ARCH

அரைவட்டக் கவானாக இருக்கலாம்.

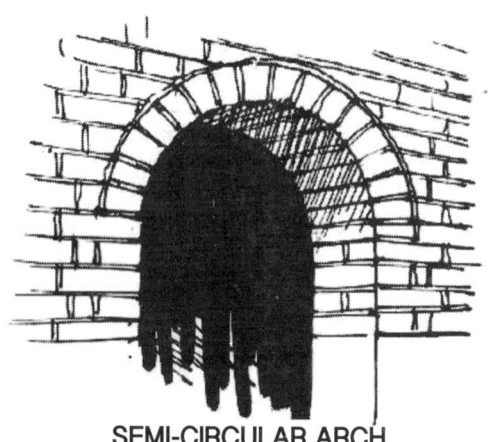
SEMI-CIRCULAR ARCH

CORBEL ARCH

தண்டையக் கவானை
உருவாக்க நாம் வடிவச்சாரம் (FORMWORK) அமைக்கத் தேவையில்லை.

இது போன்ற வடிவச்சாரம் இருந்தால் ஒரு கவானை எளிதாக உருவாக்கலாம்.

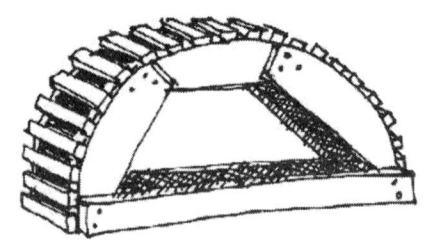

இது வடிவச்சாரத்தின் மேல் கட்டப்பட்டுள்ள செங்கல் கட்டு வேலை.

ஆனால், கவான் வேலை முடிந்ததும், அதன் மேலே ஒரு அடி உயரத்துக்கு சுவர் எழுப்பியவுடன் உடனடியாக வடிவச்சாரத்தை அகற்ற வேண்டும்.

திறப்பு விட்டம் (LINTEL)

இந்த இடைவெளியை கற்காரை (CONCRETE) அல்லது செங்கற்களைக் கொண்டு நிரப்பலாம்.

நாம் 4.5" செங்கல் சுவரை உருவாக்கலாம்.

ஆனால் சுவர் மிக நீளமாகவும், மிக உயரமாகவும் இருந்தால்...

அது இடிந்து விழக் கூடும்.

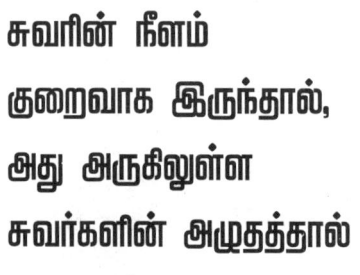

சுவரின் நீளம் குறைவாக இருந்தால், அது அருகிலுள்ள சுவர்களின் அழுத்தத்தால் பலமாகும்.

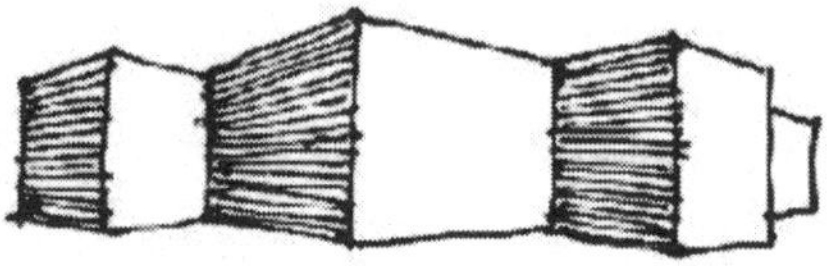

சுவர் இடிந்து விழாமலும் இருக்கும்.

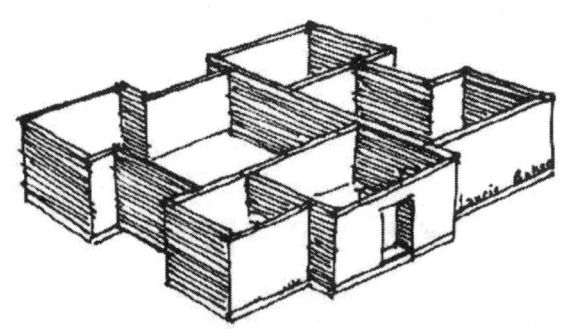

எனவே, இப்படத்தில் உள்ளவாறு, 4.5" சுவர்கள் மடிப்புகளுடன் கட்டப்பட்டால், ஒரு வீடு வலுவாக இருக்கும். மேலும் இச்சுவர்களால் கூரையின் எடையை தாங்கவும், விழாமல் இருக்கவும் முடியும்.

செங்கல் துண்டுகள்

தரை தளத்திற்கு இவற்றைப் பயன்படுத்தலாம்.

செங்கற்களை, இறுக்கமாக சாந்து இல்லாமல், பரவலாக அடுக்கி வைக்கவும். பின்னர் சுண்ணாம்பு சாந்தை, ஒரு குவியலாக கலந்து, அடுக்கிய செங்கற்களின் மீது கொட்டி, இடைவெளி முழுவதுமாக நிரப்ப வேண்டும். இது அனைத்து வகையான தரைகளுக்கும் ஒரு நல்ல தளமாக அமையும்.

வளைந்த சுவர்கள்

அனைத்து வகையான வளைந்த அல்லது வட்டமான சுவர்கள், சுருள் படிக்கட்டுகளின் சுவர்கள் போன்ற அமைப்புகளை உருவாக்க உடைந்த செங்கற்கள் மிகவும் பயனுள்ளதாக இருக்கும். ஒரே வரிசையில் இரு செங்கற்களுக்கு இடையில் உள்ள சாந்து, மேல் வரிசையில் உள்ள சாந்துக்கு நேர் செங்குத்தாக இருப்பதை (vertical joint) தவிர்த்தால், அந்த சுவர் மிக வலிமையாக இருக்கும். சாதாரண செங்கல் சுவர்களுக்கும் இந்த அமைப்பு அவசியம் தேவைப்படும்.

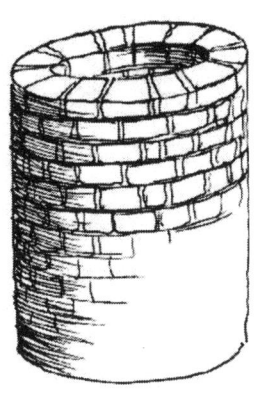

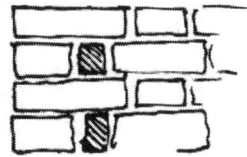

சாதாரண செங்கல் சுவர்களுக்கும் இவை அவசியம் தேவைப்படும்.

அரவிந் மனோகரன்
தமிழாக்கம்

கட்டடப் பொறியாளர். மரபுக் கட்டுமான ஆர்வலர் ஆன இவர் மரபுக் கட்டடங்களைப் பற்றிய கற்றலிலும் அதனை அனைவருக்கும் பகிரும் பணியிலும் தன்னை முழுமையாக ஈடுபடுத்திக் கொண்டு செயலாற்றி வருகிறார்.

அறிவுக்கரசி மணிவண்ணன்
மெய்ப்புப் பார்த்தல்

கட்டடக்கலைஞர். கவிதாயினி. துளிரும் மொழிபெயர்ப்பாளர். எழுத்தில் மாய வித்தைகளை அவ்வப்போது வெளிப்படுத்தும் வித்தைக்காரர். தனது எழுதுகோலில் இருந்து சொற்களை சரளமான வரிகளாய்க் கோர்க்கும் பல்திறன் வாய்ந்த எழுத்தாளர்.

ச. மணிவண்ணன்
மெய்ப்புப் பார்த்தல்

பொறியாளர் (பணி ஓய்வு), பெல் நிறுவனம், திருச்சி. தமிழ்ப் பற்றாளர். பேச்சாளர் மற்றும் எழுத்தாளர். நேர்மறை சிந்தனையாளர். அகவை அறுபதிலும் அயராது பயணிக்கும் இவர், தன் வசம் வரும் புதிய கருத்துகளையும், கொள்கைகளையும் ஆதரித்து வருபவர்.

கௌஷிக் ஸ்ரீநிவாஸ்
புத்தக வடிவமைப்பு & ஒருங்கிணைப்பு

கட்டடக்கலைஞர். மாவிலையின் விதை. நையாண்டியிலும் நக்கலிலும் நாயகர். கண்ணைக் கவரும் வரைகலைகளை உருவாக்கும் ஒப்பற்ற வரைகலைஞர். மாவிலையின் உயிரோட்டத்திற்கு அயராது உழைப்பவர்.

ஆசிரியர் லாரி பேக்கர்

லாரி பேக்கர் எனும் லாரன்ஸ் வில்ஃப்ரட் பேக்கர் ஒரு கட்டடக்கலைஞர், வரிவடிவக் கலைஞர் மற்றும் மனிதநேயவாதி ஆவார். மகாத்மா காந்தியை சந்தித்த பிறகு, அவர் கொள்கைகளால் பெரிதும் ஈர்க்கப்பட்ட லாரி பேக்கர், இந்தியாவிலேயே நிரந்தரமாக வசித்து பணிபுரிய துவங்கினார். 1970-களில் இருந்து, வளங்குன்றா மற்றும் பயன்செலவுக் கட்டடங்களை லாரி பேக்கர் கேரளாவில் கட்டி வந்தார். கேரளாவின் மறைந்த முன்னாள் முதலமைச்சரான C. அச்சுதா மேனன், பொருளாதார நிபுணரான K.N. ராஜ் மற்றும் லாரி பேக்கர் ஆகிய மூவரும் இணைந்து COSTFORD (Centre of Science and Technology for Rural Development) எனும் அமைப்பினை 1985-ல் நிறுவினர். அனைவருக்கும் வீட்டு வசதி வேண்டும் என்ற தனது கருத்தைக் கொண்டு, எளிய வீடுகள் அமைப்பதைப் பற்றி பல நூல்களை படைத்தார் லாரி பேக்கர். 2007-ஆம் ஆண்டில் மறைந்த லாரி பேக்கர், இறுதிவரை ஒரு எளிமையான வாழ்க்கையையே வாழ்ந்து வந்தார். இந்நாள் வரை லாரி பேக்கர் விட்டுச் சென்ற மரபை, செயல்முறை வழியில் COSTFORD அமைப்பும், கல்வி வழியில் LBC அமைப்பும் (Laurie Baker Centre for Habitat Studies) தலைமுறை தலைமுறையாக நிலைநாட்டி வருகின்றனர்.